My BIG Naam Adventure

Prem Ras Books

Today, I am going on an adventure. I am going to Jap **Naam** with lots of focus.

ਅੱਜ ਮੈਂ ਇੱਕ ਬਹੁਤ ਰੋਚਕ ਕੰਮ ਕਰਨਾ ਹੈ। ਮੈਂ ਪੂਰੇ ਧਿਆਨ ਨਾਲ ਨਾਮ ਜਪਣ ਜਾ ਰਿਹਾ ਹਾਂ।

I get ready with my favourite Bana and Khanda..

ਮੈਂ ਬਾਣਾ ਤੇ ਖੰਡਾ ਸਜਾਕੇ ਤਿਆਰ ਹੁੰਦਾ ਹਾਂ।

I cross my legs and start to Jap **Naam**, loud and clear.

ਮੈਂ ਚੌਂਕੜੀ ਮਾਰਕੇ ਉੱਚੀ ਉੱਚੀ ਨਾਮ ਜਪਦਾ ਹਾਂ।

There are lots of thoughts in my head, but I just focus on the sound of Naam.

ਮੇਰੇ ਮਨ ਵਿੱਚ ਬਹੁਤ ਸਾਰੇ ਫੁਰਨੇ ਹਨ, ਪਰ ਮੈਂ ਸਿਰਫ ਨਾਮ ਸੁਣਨ ਵੱਲ ਧਿਆਨ ਦਿੰਦਾ ਹਾਂ।

I like the way it sounds. I also like how it tastes on my tongue:
sweet, like nectar.

ਮੈਨੂੰ ਨਾਮ ਸੁਣਨਾ ਬਹੁਤ ਚੰਗਾ ਲਗਦਾ ਹੈ।
ਮੇਰੀ ਰਸਨਾ ਤੇ ਨਾਮ ਦਾ ਮਿੱਠਾ ਮਿੱਠਾ ਸਵਾਦ
ਵੀ ਮੈਨੂੰ ਬਹੁਤ ਚੰਗਾ ਲਗਦਾ ਹੈ।

My mom told me that Naam can be my best friend. I imagine I am giving Naam a hug and let myself LOVE it — like how I love my teddy.

ਮੇਰੀ ਮੰਮੀ ਨੇ ਮੈਨੂੰ ਦੱਸਿਆ ਕਿ ਨਾਮ ਮੇਰਾ ਸਭ ਤੋਂ ਵਧੀਆ ਦੋਸਤ ਬਣ ਸਕਦਾ ਹੈ। ਮੇਰਾ ਜੀਅ ਕਰਦਾ ਹੈ ਕਿ ਮੈਂ ਨਾਮ ਨੂੰ ਘੁੱਟਕੇ ਗਲਵਕੜੀ ਵਿਚ ਲੈ ਲਵਾਂ।

am

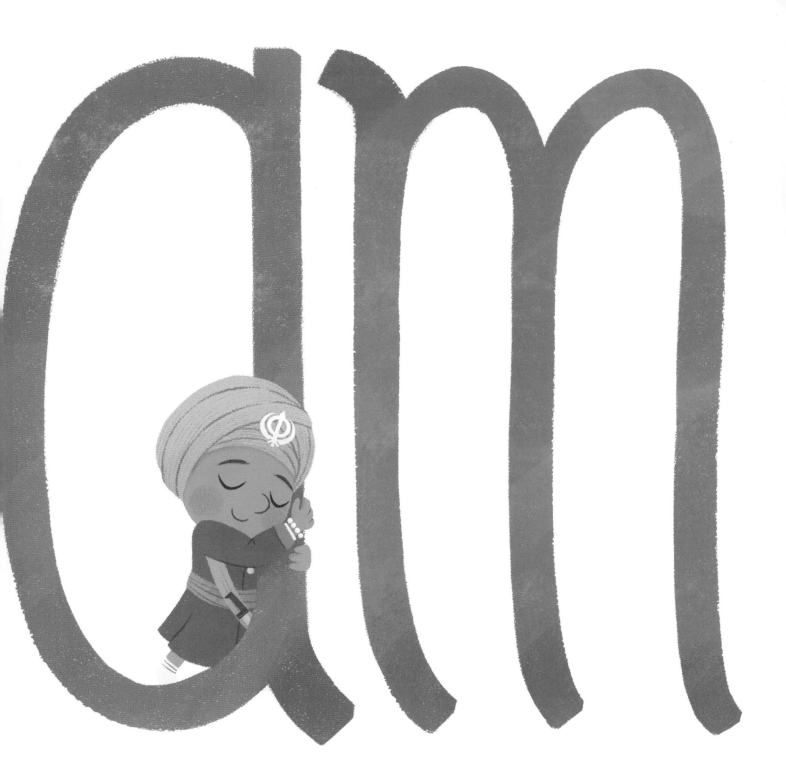

naam

Suddenly, my breath pulls me into my own body! It is super loud here — all I can hear is Naam Naam Naam.

ਮੇਰੇ ਸਵਾਸਾਂ ਨੇ ਅਚਾਨਕ ਹੀ ਮੈਨੂੰ ਆਪਣੇ ਸਰੀਰ ਦੇ ਅੰਦਰ ਖਿੱਚ ਲਿਆ।
ਇੱਥੇ ਮੈਨੂੰ ਨਾਮ ਹੀ ਸੁਣਦਾ ਹੈ - ਨਾਮ, ਨਾਮ ਅਤੇ ਸਿਰਫ ਨਾਮ।

naam

naam

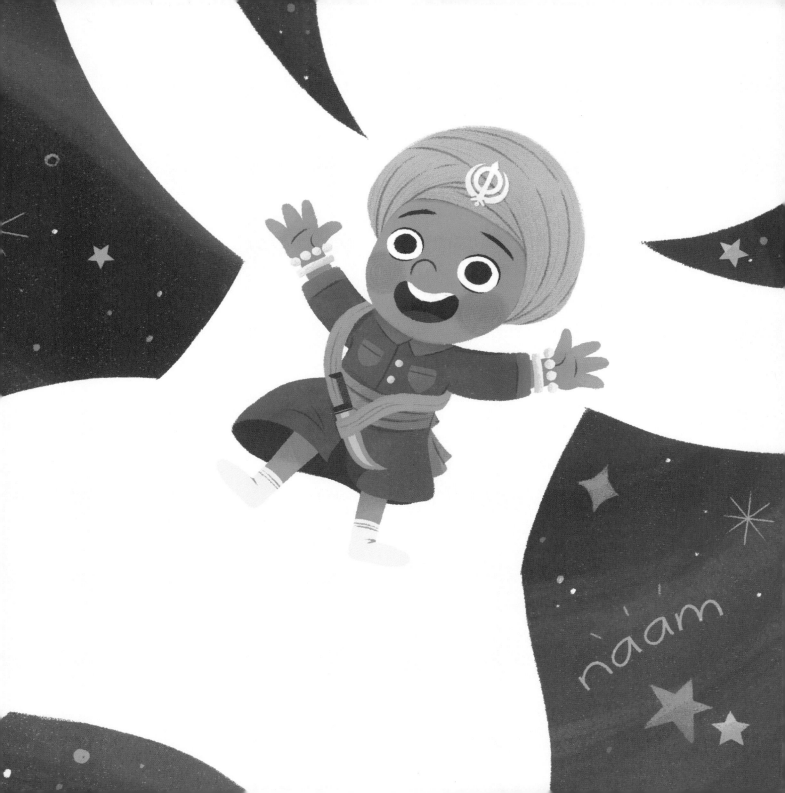

nnnAAAAAAM

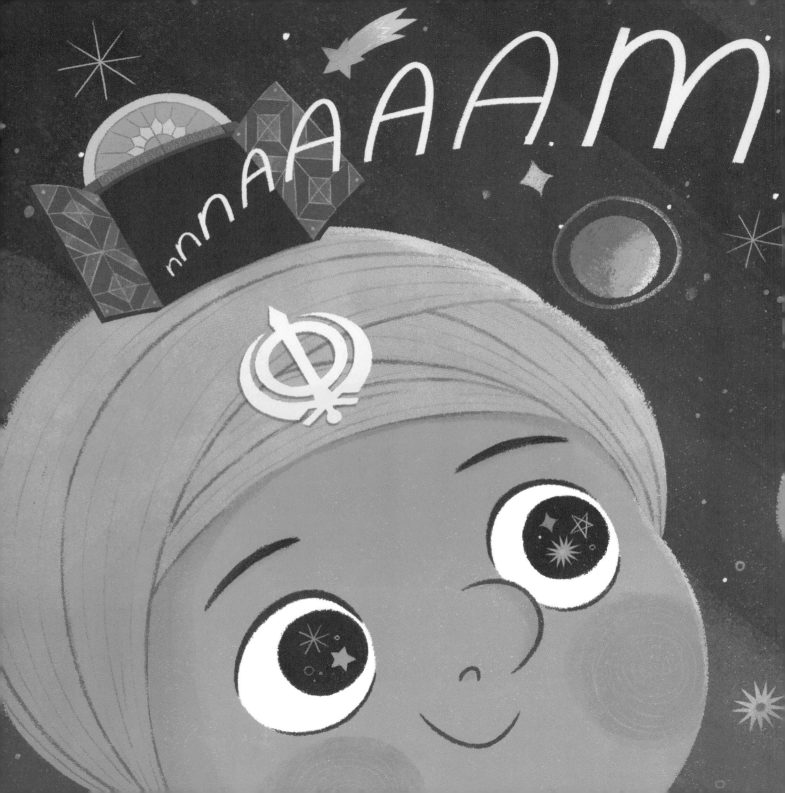

Japping **Naam** feels great! I Jap louder.

ਮੈਨੂੰ ਨਾਮ ਜਪਣ ਨਾਲ ਐਨਾ ਜ਼ਿਆਦਾ ਅਨੰਦ ਆ ਰਿਹਾ ਕਿ
ਮੈਂ ਦੱਸ ਵੀ ਨੀ ਸਕਦਾ।

Suddenly, I WOOSH out of a door on my head!

ਜਦੋਂ ਮੈਂ ਹੋਰ ਵੀ ਉੱਚੀ ਨਾਮ ਜਪਦਾਂ ਤਾਂ ਮੈਂ ਅਚਾਨਕ ਹੀ ਆਪਣੇ
ਸਰੀਰ ਵਿੱਚੋਂ ਬਾਹਰ ਨਿਕਲ ਜਾਂਦਾਂ!

Naam becomes a big airplane, carrying me to new and amazing places.

ਨਾਮ ਇੱਕ ਬਹੁਤ ਵੱਡਾ ਜਹਾਜ਼ ਬਣ ਜਾਂਦਾ ਹੈ।
ਇਹ ਜਹਾਜ਼ ਮੈਨੂੰ ਬਹੁਤ ਸੋਹਣੀਆਂ ਥਾਵਾਂ ਤੇ ਲੈਕੇ ਜਾਂਦਾ ਹੈ ਜੋ ਮੈਂ ਕਦੇ ਵੀ ਦੇਖੀਆਂ ਨਹੀਂ।

I see rainbow-coloured skies and brand new worlds...
and I can hear **Naam** everywhere!

ਮੈਂ ਰੰਗ-ਭਿਨੜਾ ਅਕਾਸ਼ ਅਤੇ ਬਿਲਕੁਲ ਨਵੇਂ ਮੰਡਲ ਦੇਖਦਾ ਹਾਂ। ਮੈਂ ਹਰ ਥਾਂ ਤੇ ਨਾਮ ਨੂੰ ਸੁਣ ਸਕਦਾ ਹਾਂ।

My fingers feel tingly. I can feel **Naam** vibrating in my whole body, from my fingers to my toes.

ਮੇਰੀਆਂ ਉਂਗਲੀਆਂ ਤੋਂ ਸ਼ੁਰੂ ਕਰਕੇ, ਹਰ ਇੱਕ ਰੋਮ ਵਿਚੋਂ ਨਾਮ ਦੀ ਝਰਨਾਹਟ ਮਹਿਸੂਸ ਹੁੰਦੀ ਹੈ।

naaaaam

That's when I realise — EVERYTHING is made
of Naam!

ਤਦ ਮੈਨੂੰ ਅਨੁਭਵ ਹੁੰਦਾ ਹੈ ਕਿ ਸਾਰਾ
ਕੁਝ ਹੀ ਨਾਮ ਤੋਂ ਬਣਿਆ
ਹੋਇਆ ਹੈ।

naam

I start to drop back dooowwn through the door in my head.

ਮੈਂ ਡਿਗਕੇ ਆਪਣੇ ਸਰੀਰ ਵਿੱਚ ਮੁੜ ਅਉਂਦਾ ਹਾਂ।

My eyes open. I'm back where I started.

ਮੈਂ ਅੱਖਾਂ ਖੋਲ੍ਹਕੇ ਦੇਖਦਾ ਹਾਂ ਕਿ ਜਿੱਥੇ ਮੈਂ ਪਹਿਲਾਂ ਬੈਠਾ ਸੀ, ਹੁਣ ਵੀ ਉੱਥੇ ਹੀ ਬੈਠਾ ਹਾਂ!

NAAM

naam

NAAM

NAAM

NAAM

NAAM

naam

Now I know how fun it is to Jap Naam.
Who knows what adventures Naam will take me on next?

ਹੁਣ ਮੈਨੂੰ ਪੱਕਾ ਪਤਾ ਲਗ ਗਿਆ ਕਿ ਨਾਮ ਜਪਣਾ ਕਿੰਨਾ ਵਧੀਆ ਕੰਮ ਹੈ। ਕੀ ਪਤਾ ਅਗਲੀ ਵਾਰ ਨਾਮ ਮੈਨੂੰ ਹੋਰ ਕਿਹੜੀ ਦਿਲਚਸਪ ਥਾਂ ਤੇ ਲੈਕੇ ਜਾਵੇਗਾ?

Dear Kids:

Want to go on your own Naam adventure?

First of all, did you know that Naam is a gift which we have to earn from Guru Ji? Gurbani teaches us to beg for Naam from Guru Ji. Are you ready to take the step to ask Panj Pyarey for this gift?

If you can complete this first part of the quest, then after that you will be ready to let Naam take you on a great adventure. Just close your eyes, say the secret magic mantra, and listen to it with love!

Try sitting by yourself for a few minutes every day to Jap Naam. Have fun, just like the boy in the story. You can ask Mom or Dad to help you do a bit more each day.

Remember, Japping Naam is an adventure. You never know where it might take you!

naam

ਪਿਆਰੇ ਬੱਚਿਓ!

ਤੁਸੀਂ ਵੀ ਨਾਮ ਨਾਲ਼ ਕਿਸੇ ਰੋਚਕ ਸੈਰ ਤੇ ਜਾਣਾ ਚਾਹੁੰਦੇ ਹੋ?

ਸਭ ਤੋਂ ਪਹਿਲਾਂ ਤੁਹਾਨੂੰ ਪੰਜ ਪਿਆਰਿਆਂ ਦੇ ਦਰਬਾਰ ਵਿੱਚ ਜਾਕੇ ਗੁਰੂ ਸਾਹਿਬ ਜੀ ਨੂੰ ਬੇਨਤੀ ਕਰਨੀ ਪਵੇਗੀ ਕਿ ਉਹ ਤੁਹਾਨੂੰ ਨਾਮ ਜਪਣ ਦੀ ਗੁਪਤ ਜੁਗਤੀ ਸਿਖਾ ਦੇਣ। ਇਹ ਬਹੁਤ ਜ਼ਰੂਰੀ ਹੈ ਨਾਮ ਜਪਣਾ ਪੰਜ ਪਿਆਰਿਆਂ ਦੇ ਰੂਪ ਵਿੱਚ ਸਿੱਧਾ ਗੁਰੂ ਸਾਹਿਬ ਜੀ ਤੋਂ ਹੀ ਸਿੱਖਿਆ ਜਾਵੇ। ਇਸਨੂੰ ਗੁਰ ਦੀਖਿਅਤ ਹੋਣਾ ਜਾਂ ਨਾਮ ਦ੍ਰਿੜ੍ਹ ਕਰਵਾਉਣਾ ਵੀ ਕਹਿੰਦੇ ਹਨ।

ਨਾਮ ਦ੍ਰਿੜ੍ਹ ਕਰਵਾਉਣਾ ਹੀ ਸਭ ਤੋਂ ਪਹਿਲਾ ਕੰਮ ਹੈ, ਇਸ ਤੋਂ ਬਾਅਦ ਤਾਂ ਬੱਸ ਅੱਖਾਂ ਬੰਦ ਕਰਕੇ ਨਾਮ ਜਪਣ ਦੀ ਹੀ ਲੋੜ ਹੈ। ਨਾਮ ਜਪਣ ਲੱਗੇ ਇਹ ਗੱਲ ਹਮੇਸ਼ਾ ਯਾਦ ਰੱਖਣੀ ਹੈ - ਨਾਮ ਨੂੰ ਪਿਆਰ ਨਾਲ ਸੁਣਨਾ।

ਤੁਸੀਂ ਹਰ ਰੋਜ਼ ਕੁਝ ਮਿੰਟਾਂ ਲਈ ਧਿਆਨ ਨਾਲ ਨਾਮ ਜਪਣ ਦੀ ਕੋਸ਼ਿਸ਼ ਕਰਕੇ ਦੇਖੋ। ਨਾਮ ਜਪਦੇ ਹੋਏ ਖ਼ੂਬ ਅਨੰਦ ਮਾਣੋ ਜਿਵੇਂ ਇਸ ਕਹਾਣੀ ਵਿਚਲੇ ਬੱਚੇ ਨੇ ਮਾਣਿਆ। ਤੁਸੀਂ ਆਪਣੇ ਮੰਮੀ ਪਾਪਾ ਨੂੰ ਵੀ ਮਦਦ ਕਰਨ ਲਈ ਕਹਿ ਸਕਦੇ ਹੋ। ਉਹ ਹੌਲ਼ੀ ਹੌਲ਼ੀ ਤੁਹਾਡੇ ਨਾਮ ਜਪਣ ਦਾ ਸਮਾਂ ਵਧਾ ਸਕਦੇ ਹਨ।

ਯਾਦ ਰੱਖੋ!

ਨਾਮ ਜਪਣਾ ਇੱਕ ਬਹੁਤ ਰੋਚਕ ਕੰਮ ਹੈ। ਕੀ ਪਤਾ ਨਾਮ ਤੁਹਾਨੂੰ ਕਿਹੜੇ ਦਿਲਚਸਪ ਮੰਡਲ ਵਿੱਚ ਲੈ ਜਾਵੇ।

Printed in Great Britain
by Amazon

44308946R00016